കറികൾ

മനുഷ്യകഥാനുഗായികൾ

(33 രാഷ്ട്രീയ കൂട്ടുകറികൾ)

(poem)
karikal manushyakathanugayikal
•
abhilash babu
•
first edition
may 2016
•
typesetting & published
chintha publishers, thiruvananthapuram
•

cover
midas
•
illustration
navin narayanan

വിതരണം

ദേശാഭിമാനി ബുക്ക് ഹൗസ്
H O തിരുവനന്തപുരം-695 035
phone: 0471-2303026, 6063026
www.chinthapublishers.com
chinthapublishers@gmail.com

ബ്രാഞ്ചുകൾ

ഹെഡ്ഡാഫീസ് ബ്രാഞ്ച് കുന്നുകുഴി • സ്റ്റാച്യു തിരുവനന്തപുരം • കെ എസ് ആർ ടി സി ബസ് സ്റ്റേഷൻ ആലപ്പുഴ • കെ എസ് ആർ ടി സി ബസ് സ്റ്റേഷൻ എറണാകുളം • മച്ചിങ്ങൽ ലെയിൻ തൃശൂർ • ഐ ജി റോഡ് കോഴിക്കോട് • മാവൂർ റോഡ് കോഴിക്കോട് • എൻ ജി ഒ യൂണിയൻ ബിൽഡിങ് കണ്ണൂർ • സെൻട്രൽ ബസ് ടെർമിനൽ കോംപ്ലക്സ് താവക്കര കണ്ണൂർ

CO - 2348 / 3883
ISBN -978-93-86112-13

കറികൾ
മനുഷ്യകഥാനുഗായികൾ

(33 രാഷ്ട്രീയ കൂട്ടുകറികൾ)

അഭിലാഷ് ബാബു

ചിന്ത പബ്ലിഷേഴ്സ്
തിരുവനന്തപുരം-695 035

അഭിലാഷ് ബാബു

തിരുവനന്തപുരം ജില്ലയിലെ തിരുവെള്ളൂർ സ്വദേശി. അച്ഛൻ: എൻ ബാബു. അമ്മ: ജെ ഓമന അമ്മ. സഹോദരൻ: അനീഷ് ബാബു.
തപാൽ വകുപ്പിൽ പോസ്റ്റൽ അസിസ്റ്റന്റായി ജോലി ചെയ്യുന്നു. കേരള യൂണിവേഴ്സിറ്റിയിൽ ഇംഗ്ലീഷ് സാഹിത്യത്തിൽ ഗവേഷണ വിദ്യാർത്ഥി.
പ്രസിദ്ധീകരിച്ച കൃതികൾ: *പ്ലേറ്റോയുടെ കൂട്* (കവിതകൾ), *സമൂഹവും ശാസ്ത്രീയ അവബോധവും* (വിവർത്തനം: ആർ വി ശ്രീകാന്തിനൊപ്പം)

മൊബൈൽ : 9947980631
email : abhiabhilashbabu@gmail.com

ഉള്ളടക്കം

അവതാരിക

കെ ഇ എൻ

കൃതികൾക്ക് മാത്രമല്ല, 'കറികൾക്കും' മനുഷ്യകഥാനുഗായിക ളാവാൻ കഴിയുമെന്നുള്ളത്, സങ്കീർണ്ണമായ മനുഷ്യാവസ്ഥയുടെ അതി സങ്കീർണ്ണസംഗ്രഹമെന്ന നിലയിൽ സംഭ്രമിപ്പിക്കുന്ന ഒരു കണ്ടെത്ത ലാണ്. സർഗ്ഗാത്മകത സമരസപ്പെടലും സമരവുമാണെന്ന ഒരു ചുരു ക്കെഴുത്തിന്റെ വഴുക്കലുകൾക്കിടയിൽവെച്ചാണ്, പഴയകവിതയിലെ 'കൃതി'യും പുതിയ കവിതയിലെ 'കറി'യും അഭിലാഷ് ബാബുവിന്റെ കവിതയിൽവെച്ച് സ്ഥാനമാറ്റം നിർവ്വഹിക്കുന്നത്. 'കറി'യാണ് മികച്ച കൃതി എന്ന സമരവും; 'കൃതികൾ മനുഷ്യകഥാനുഗായികൾ' എന്ന ആ സമരസപ്പെടലും, കീഴ്മേൽ മറിയുന്ന ഒരു വർത്തമാനകാലത്തിന്റെ ആഴ ങ്ങളിലേക്കാണ് ആഴ്ന്നിറങ്ങുന്നത്. മസ്തിഷ്കത്തിലിരുന്ന് രാജ്യഭാരം നിർവ്വഹിക്കുന്നൊരു 'ഭൂത'ത്തെ വിചാരണ ചെയ്യാൻ ധീരരാവുന്ന കവി കൾ 'കൃതി'കളിലെ 'കറികൾ' കണ്ടെടുക്കാൻ കരുത്തരാവും! അല്ലാ ത്തവർ ഭൂതസ്തുതികളിൽ സ്തംഭിക്കും.

പഴയതായതുകൊണ്ടുമാത്രം 'ഭൂതം' പവിത്രമാണെന്നവർ സ്വയം വിശ്വസിക്കും. മഹത്വം പക്ഷേ, എത്ര പഴയതാവുമ്പോഴും പഴയതാവാൻ വിസമ്മതിക്കുന്ന തേജസ്സുകളുടെ വസന്തമായിരിക്കും. അതുകൊണ്ടാണ്, കുമാരനാശാൻ 'ഇന്നും' വർത്തമാനകാലത്തിലെ പ്രതിഭാസമ്പന്നരായ കവികളുടെ വഴി തടയുന്ന പൂപ്പൽപടരാത്തൊരു വൻമതിലാവുന്നത്. കല്ലെറിഞ്ഞാലും പൂക്കൾ നല്കുന്ന ആ മതിലിൽ വിറയ്ക്കുന്ന കൈകൊണ്ട് 'ഒന്ന്' കോറാനാണ് യുവകവികളിൽ ശ്രദ്ധേയനായ അഭി ലാഷ്ബാബു കൊതിക്കുന്നത്. സർവ്വവും കീഴ്മേൽ മറിച്ച ഒരു സർഗ്ഗാ ത്മക സ്ഫോടനത്തിന്റെ സത്യമായിരുന്ന കുമാരനാശാനോട്; അഗാധ മായ സമ്പർക്കം സ്ഥാപിക്കുമ്പോൾ, ഭാവനയിൽ പ്രത്യക്ഷമാവുന്ന

മിന്നൽ വെളിച്ചമാണ് ആ പ്രശസ്ത 'കൃതികൾ' അഭിലാഷ് ബാബുവിന്റെ കറികളാവുമ്പോൾ അനുഭവവേദ്യമാവുന്നത്.

'കൃതി' സാഹിത്യത്തിലെ 'ഒരാഢ്യപദം മാത്രമായി' പിന്നീട് ചുരുങ്ങിയപ്പോൾ, അതിന്റെ കരിപുരണ്ട പഴയ അടുക്കളയാണ് അഭിലാഷിന്റെ 'കറി'യിൽ നിലവിളിക്കുന്നത്. നാമെത്ര 'ജനാധിപത്യവാദികളാവുമ്പോഴും' നമ്മുടെ കവിതയിൽ 'മത്തി തലകളും', പോത്തിൻ കുടലുകളും അപൂർവ്വമാണ്. കറുപ്പും, മീൻകറിയും ഇറച്ചിയുമെല്ലാം പലപ്പോഴും ജനാധിപത്യപരവും ബഹുത്വവും 'സംരക്ഷിക്കാൻ' വേണ്ടി പലരും 'കഷ്ടപ്പെട്ട്' കവിതയിൽ നിലനിർത്തുന്ന 'പ്രതിപക്ഷബഹുമാന'ത്തിന്റെ സൗന്ദര്യപ്രകടനങ്ങളാണ്. 'കാള'യെക്കുറിച്ചുകൂടി പറഞ്ഞുകളയാം എന്നൊരു 'നതോന്നത'യിൽ അത് നില്ക്കും!

എന്നാൽ യുവകവികളിൽ ശ്രദ്ധയർഹിക്കുന്ന അഭിലാഷിന്റെ മത്തിയും നത്തോലിയും ചൂരയും വാളയും അകളങ്കിതമായ ജീവിതാഭിമുഖ്യത്തിന്റെ കടലാഴങ്ങളെയാണ് കരയ്ക്കും തിരയ്ക്കുമപ്പുറം നിന്ന് കണ്ടെടുക്കുന്നത്. ഒരു കണ്ണീർക്കടൽ പകരുന്ന നിരുപാധിക സ്നേഹമാണതിൽ നിറയുന്നത്. വാക്കുകൾക്ക് പകുക്കാവുന്നതിനപ്പുറമുള്ള ഒരു കണ്ണീർ സ്മരണയാണതിൽ സജീവമാവുന്നത് എന്നതുകൊണ്ടാണത് മികച്ചൊരു കവിതയാവുന്നത്. താരാട്ടും അമ്പിളിമാമനും മാത്രമല്ല, 'ചൂരേട മോനാണ് മത്തി' എന്ന് പറയാൻ കഴിയുന്ന ഒരു കവിതയും, അങ്ങനെയല്ലാതെ 'സ്വന്തത്തിൽ സ്വന്തമായ' മക്കളോട് വേറൊരു വിധവും പറയാനാവാത്ത വിധത്തിൽ നിത്യജീവിത ദുരിതങ്ങൾ നിസ്സഹായമാക്കിയ ഒരമ്മയവസ്ഥയും ഒന്നിക്കുമ്പോഴാണ്, ഒരു മീൻകറി മനുഷ്യകഥാനുഗായികളാവുന്നത്. ആ കരൾപിടയും കാഴ്ചയിൽ വെച്ചാണ്, ഇതൊരു വ്യാജ പ്രതിപക്ഷബഹുമാനമല്ലാത്ത ഒരു ജീവിതബഹുമതിയാവുന്നത്.

'കുഞ്ഞുങ്ങൾക്കും വളർന്നവയ്ക്കും പ്രത്യേകം പ്രത്യേകം പേരുകളുള്ള രണ്ടിനം മീനുകളുണ്ടായിരുന്നു, എന്റെ കുട്ടിക്കാലത്ത്' എന്ന അഭിലാഷിന്റെ കവിതയിലെ കവിതയെന്നേ തോന്നാത്ത ഒട്ടുമേ തോന്നിപ്പിക്കാനാഗ്രഹിക്കാത്ത ആ ആദ്യവരിയിൽത്തന്നെ ആസന്നമായൊരപകടം പതിയിരിക്കുന്നതായി വായനയിൽ അനുഭവപ്പെട്ടിരുന്നു. പിന്നത്തെ നാല് വരി, അത് ദൃഢപ്പെടുത്തുംവിധം എന്നെ വല്ലാതെ കുത്തിനോവിക്കുകതന്നെ ചെയ്തു. ഇല്ലായ്മകളിൽനിന്ന് ആരുമറിയാതെ, എല്ലാമുണ്ടാക്കാൻ പീഡിതമാവുന്ന സ്നേഹത്തിന്റെ ഒരപൂർവ്വ ചിരി, ആ നാലു വരിയിൽ ചുരുങ്ങാനാവാതെ നിന്ന് കണ്ണുനീർ വീഴ്ത്തിയത്, സ്വന്തം മനസ്സിലായിരുന്നു.

പാത്രത്തിൽ മത്തിയും നത്തോലിയും കണ്ട്/വലിയ മീനുകൾക്കായി ഞാൻ പിണങ്ങാൻ തുടങ്ങുമ്പോൾ അമ്മ പറഞ്ഞിരുന്നു/ 'ചൂരേട മോനാണ് മത്തി/ വാളേട മോനാണ് നത്തോലി....' ഇത്രയും മതി 'കറികൾ മനുഷ്യകഥാനുഗായികളാവാൻ....' പിന്നെ പറയുന്ന

തൊക്കെ, നാം നമ്മുടെ 'സമാധാന'ത്തിനുവേണ്ടി, മറ്റുള്ളവരെ കരുതി പറയുന്ന, 'പതിവു'കളാണ്. എത്ര ജാഗ്രത പുലർത്തിയാലും ഒളിച്ചു കടക്കുന്ന ഇത്തരം 'പതിവുകൾ'കൂടി പുറത്താക്കപ്പെടുമ്പോഴാണ്; ശരിക്കും കവിതയുടെ 'ശക്തി' അസാദ്ധ്യതയുടെ സൗന്ദര്യമാവുന്നത്. അഭിലാഷ് ബാബുവിന് ആ അടുത്തഘട്ടത്തിലേക്ക് ചുവട് വെക്കാൻ കഴിയും.

കാവ്യ പതിവുകളുടെ 'പ്രച്ഛന്നതകളുടെ' നിഴൽ സ്വന്തം വഴികളിൽ വീഴുമ്പോഴും, അതിനപ്പുറത്തേക്കുള്ള ചില വിങ്ങലുകളിൽ വെച്ചാണ് അഭിലാഷ് ബാബുവിന്റെ 'വാക്കുകൾ' നിവർന്ന് നില്ക്കുന്നത്. കവിത ബാബുവിന് ചിതറിപ്പോയവരോടുള്ള ചേർന്ന് നില്പും, സ്വന്തം അസ്തിത്വത്തോട് തന്നെയുള്ള ചെറുത്തുനില്പുമാണ്. 'കറികൾ മനുഷ്യ കഥാനുഗായികൾ' എന്ന അഭിലാഷ് ബാബുവിന്റെ കവിതാ സമാഹാരത്തിലെ കവിതകൾ, കണ്ടെത്തിയവയെന്ന് പൊതുവെ കരുതപ്പെടുന്നവക്കിടയിൽ ഇനിയും കണ്ടെത്തപ്പെടാനായി ഒരുപാടുണ്ടെന്ന അസ്വസ്ഥതകൾക്കിടയിലുള്ള 'സ്വസ്ഥത'യുടെ ഇടവേളകളാണ് ആവിഷ്കരിക്കാനുഴറുന്നത്.

1

മീൻകുഞ്ഞ്

കുഞ്ഞുങ്ങൾക്കും വളർന്നവയ്ക്കും
പ്രത്യേകം പ്രത്യേകം പേരുകളുള്ള
രണ്ടിനം മീനുകൾ ഉണ്ടായിരുന്നു, എന്റെ കുട്ടിക്കാലത്ത്.

പാത്രത്തിൽ മത്തിയും നത്തോലിയും കണ്ട്
വലിയ മീനുകൾക്കായി ഞാൻ പിണങ്ങാൻ തുടങ്ങുമ്പോൾ
അമ്മ പറഞ്ഞിരുന്നു.
“ചൂരേട മോനാണ് മത്തി,
വാളേട മോനാണ് നത്തോലി.”

ഇന്നോളം ഞാനറിഞ്ഞ 'മത്സ്യസാഹിത്യ വിഭാഗത്തിലെ'
ഏറ്റവും നല്ല കവിതയാണിത്.
ആ ചെറുമീനുകൾ അന്ന് എനിക്ക് മുന്നിലുള്ള
രണ്ട് ചെറുകണ്ണീർക്കുളങ്ങളിൽക്കിടന്ന് വളർന്നു.
ഇന്നും വളരുന്നു, കവനമാകുന്നു.

2

ചില കാര്യങ്ങൾ അങ്ങനെയാണ്

ചില കാര്യങ്ങളുണ്ട്
നിങ്ങൾക്കോരോരുത്തർക്കായി എനിക്ക്
പകുത്തുതരാൻ പറ്റാത്ത ചിലത്

അതെ, ചില കാര്യങ്ങളുണ്ട്,
നിങ്ങൾക്കോരോരുത്തർക്കായി എന്നിൽനിന്ന്
പകുത്തെടുക്കാൻ പറ്റാത്ത ചിലത്.

എന്നിൽ ഞാൻ കടയുന്ന നിലാവ്
ആകവേ പൊഴിക്കുന്നിതാ,
നിങ്ങൾക്കോരോരുത്തർക്കും
പരിപൂർണ്ണമായി അണിയുവാൻ.

ചില കാര്യങ്ങൾ
നിങ്ങൾ എന്നിൽ നിന്ന് പകുത്തെടുക്കാൻ
വാശിപിടിക്കരുത്, അവയ്ക്ക് അതിനാകില്ല.

ചില കാര്യങ്ങൾ അങ്ങനെയൊക്കെയാണ്.

3

എന്തുകൊണ്ട് എന്നും കവിത ശേഷിക്കുന്നു എന്ന് ചോദിച്ചതിന്

ഒരു പുണ്ണു പൊറുത്തുതന്ന
തഴമ്പിൽത്തന്നെ വളരുന്നു മറുപുണ്ണ്.
മറുപുണ്ണു പൊറുത്ത്
ഈ തഴമ്പുശേഷിക്കുമ്പോൾ
പുണ്ണെല്ലാം പുണ്ണെങ്കിലും അവ പലതെന്നും
അവ തന്ന
തഴമ്പെല്ലാം തഴമ്പെന്നും അവ ഒന്നെന്നും
തഴമ്പു മാത്രം എന്നെന്നും ഉണ്ടെന്നും...

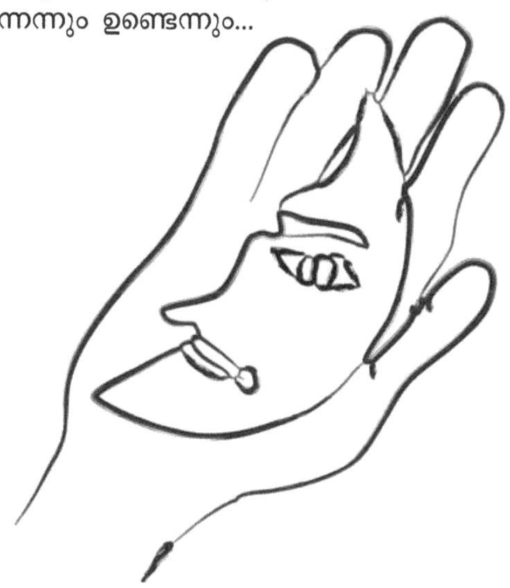

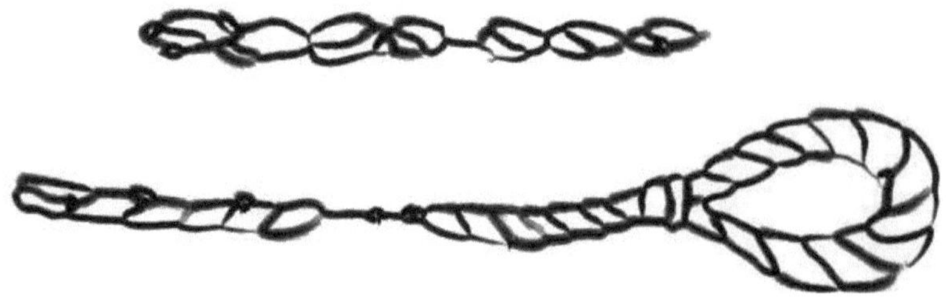

4

പ്രതിമുഖം

ഒരു നെടുനീളൻ വര വരയ്ക്കുന്നു.
ഇടം വലം തീർക്കുന്നു.
വരയ്ക്ക് ഇടത്,
വരയ്ക്ക് വലത്.
ആഴത്തിൽ നാട്ടിയ വരയുടെ കൊടുമൂട്ടിൽ
മുറുക്കിക്കെട്ടിയ
ഇലാസ്തികത ഏറിയ വള്ളി അരയിൽ ചുറ്റി
ഇടത്തേക്ക്, ഇടത്തേക്ക്,
ഇടതിന്റെ ചക്രവാളത്തിലേക്ക്...
(ഇലാസ്തികതയിൽ അടിവര.)

ഞാൻ തീർത്ത വരയ്ക്കു പ്രതിമുഖം നീ.
ഇടം വലം തിരിയാതെ.
ഇടം വലം തെരിയാതെ.
ഇടതേതെന്നറിയാതെ...

5

മരനടത്തം (*1)

തൊള്ളായിരത്തിതൊണ്ണൂറുകളുടെ
രണ്ടാം പകുതിക്കുശേഷമുള്ള
പത്തുപതിമൂന്നു വർഷക്കാലം
(അത് രണ്ടു സഹസ്രാബ്ദങ്ങളിലായി
വ്യാപിച്ചുകിടക്കുന്ന കാലമാണ്)
അന്നെല്ലാം, നേരമിരുളുന്ന നേരങ്ങളിൽ
മരങ്ങൾ വേഷം മാറി നടക്കാനിറങ്ങുമായിരുന്നു. (*2)

തന്റെ കിരീടം,
കമിഴ്ത്തിവെച്ച സിംഹാസനത്തിനടിയിൽ ഒളിപ്പിച്ച്,
നാടിന്റെ തെരുവോരങ്ങളുടെ നെഞ്ചിടിപ്പറിയാനായി
അറേബ്യൻ സുൽത്താൻ
രാവിന്റെ മാറിൽ ചെവിചേർക്കുന്ന നേരം.
എനിക്ക് വിവരങ്ങൾ ചോർത്തിനല്കാൻ
സുൽത്താനു പിന്നിലെ
ഏകാകിയായ പടുകൂറ്റൻ മരത്തിനു പിന്നിൽ ഒളിച്ചുനിന്ന്
എന്റെ അമ്മൂമ്മ ചെവികൂർപ്പിക്കുന്ന നേരം.(*3)

സ്കൂൾ നേച്ചർ ക്ലബ്ബിന്റെ മൂലകളിൽ
ഞങ്ങൾ ജൂൺ അഞ്ചിന് മാത്രം

---

*1 TREE WALK പ്രസ്ഥാനത്തിന് ഐക്യദാർഢ്യം.

*2 1991 ൽ ജനിച്ച എന്റെ ബാല്യകൗമാര കാലങ്ങൾ.

*3 വേഷം മാറി പ്രജാക്ഷേമം തിരക്കുന്ന രാജാക്കന്മാർ കഥാപാത്രങ്ങളായ അമ്മൂമ്മ ക്കഥകൾ.

പൊടിതുടച്ച് ഒരുക്കിയെടുത്തിരുന്ന
പ്ലക്കാർഡിലെ പച്ച അക്ഷരങ്ങൾ
എന്റെ മുറിക്കുള്ളിൽ കറങ്ങിനടന്ന്
തൊള്ള കീറി മുദ്രാവാക്യങ്ങൾ വിളിച്ച്
ചുവരുകളിൽ പതിഞ്ഞമർന്ന്
നേർത്ത ശബ്ദം മാത്രം അവശേഷിപ്പിച്ച് മറയുന്ന നേരം.(*4)

ആ നേരമിരുളുന്ന നേരങ്ങളിൽ,
പവർക്കട്ടുനേരത്തെ കുഞ്ഞുറക്കനേരങ്ങളിൽ,
എന്റെ വീടിന്റെ മുൻവഴിയിലൂടെ
മരങ്ങൾ വേഷം മാറി നടക്കാനിറങ്ങുമായിരുന്നു.
പല നിലാരാവുകളിൽ
വിശ്രാന്തവെളിച്ചത്തിന്റെ കൈപിടിച്ചും
ആ നടത്തം തുടർന്നിരുന്നു.

മണ്ഡരിയേറ്റ തെങ്ങുകളോട്,
തണ്ട് തുരക്കപ്പെട്ട വാഴകളോട്,
വികസനത്തിന്റെ കൊടുമൂട്ടിലെ പാഴ്മരങ്ങളോട്,
പുൽത്തണ്ടിനോട്, ചെറുപൂവിനോട്...
നടക്കാനിറങ്ങിയ മരങ്ങൾ കുശലപ്രശ്നം നടത്തിയിരുന്നു.
മൂന്നാം സഹസ്രാബ്ദത്തിന്റെ ആദ്യ ദശകത്തിന്റെ
അവസാനത്തിലെവിടെയോവെച്ച്
ആ മരനടത്തം അവസാനിച്ചു.(*5)

മരമരണങ്ങളുടെ ചുടു പകലുകളിൽ
മര ക്ഷേമപ്രവർത്തനങ്ങൾ ഏറ്റെടുത്തു നടത്താനുള്ള
തങ്ങളുടെ പരിമിതി അവർ തിരിച്ചറിഞ്ഞു കാണണം.

ഇന്നോ?
പകൽ വെളിച്ചങ്ങളിൽ ചില മരങ്ങൾ
ഇരുകാലികളായി വേഷം മാറി നടക്കുന്നു.
അപ്പോൾ, പത്തു പുത്രന്മാർക്കു തുല്യം ഒരു മരം എന്നതിന് (*6)

---

*4 പാരിസ്ഥിതികമായ അറിവുകൾ ഭാവനയിൽ കഥയിലെ കഥാപാത്രങ്ങളുടെ സ്വഭാവവുമായി ഇടകലരുന്നു.

*5 കൗമാര കാലത്ത് എവിടെവെച്ചോ ഈ സ്വപ്നത്തിന്റെ തുടർച്ച നഷ്ടമാകുന്നു.

*6 ദശകൂപസമാ വാപീ
ദശവാപിസമോ ഹ്രദ:
ദശഹ്രദസമ: പുത്രോ
ദശപുത്രസമോ ദ്രുമ. മത്സ്യപുരാണം 154:512.

ഒരു മനുഷ്യപുത്രന് തുല്യം നൂറു മരങ്ങൾ എന്ന
മറുപാട്ടിൽ മരങ്ങൾ മനുഷ്യമാഹാത്മ്യം വാഴ്ത്തുന്നു. (*7)
അത് കേൾക്കെ,
ഓരോ മനുഷ്യനും പാകിയ നൂറുനൂറു വിത്തുകൾ
ഒരുമിച്ചു കിളിർക്കുന്നു.
നൂറുനൂറു മരങ്ങൾ പൂത്തുലയുന്നു.
ഓരോ മരത്തിനും തുല്യരായി കല്പിക്കപ്പെട്ട
പത്തുപേർ വീതം ഓരോ മരത്തിനു പിന്നിലും അണിചേരുന്നു.
അവരോരോരുത്തർക്കു പിന്നിലും
അവർക്കു തുല്യരായ നൂറു മരങ്ങളും...
അങ്ങനെയങ്ങനെ മരങ്ങൾ പകൽനടത്തം തുടരുന്നു...

*7 മരങ്ങളെ കാക്കുന്ന മനുഷ്യൻ മരങ്ങളെ സംബന്ധിച്ച് നൂറു മരങ്ങൾക്ക് തുല്യൻ.

6

നിറകണ്ണ്

വെളുത്ത മനുഷ്യാ,
നിനക്ക് ഒരു കറുത്ത കുഞ്ഞ് ജനിച്ചാൽ
ഒരു ഭിന്നശേഷിയുള്ള കുഞ്ഞ് കൂടി
ഭൂമിയിൽ പിറന്നു എന്നോർത്ത്
പരമാവധി സഹിക്കുക.
(എന്റെ സഹതാപം കൂടി സ്വീകരിക്കുക.)

കറുത്ത മനുഷ്യാ,
നിനക്ക് വെളുത്ത കുഞ്ഞ് ജനിച്ചാൽ
അതിനെ ഉടൻ വെയിലത്തേക്കെടുക്കുക.
അതിനെ കറുക്കുവോളം ഉണക്കുക.
(നിന്റെ കുഞ്ഞിന് അധികമായി കിട്ടുന്ന
വിറ്റാമിൻ ഡി-യിൽ ഊറ്റം കൊള്ളുക.)
നിന്റെ മടിയിലിരുന്ന്
വെയിലേറ്റു വാടി അത് ഉറങ്ങിപ്പോയാൽ
ഓരോ അഞ്ച് മിനിറ്റിന്റെയും ഇടവേളകളിൽ
വിളിച്ചുണർത്തുക.
(വെളുത്ത കുഞ്ഞ് ദീർഘനിദ്രകൊള്ളാറുള്ളത്
ആട്ടുതൊട്ടിലിലാണെന്ന ബോധം
എപ്പോഴും സൂക്ഷിക്കുക.)
വിശന്നുറങ്ങിയാലും ഇതു തന്നെ ചെയ്യുക.
അതിന്റെ ബാല്യം വിടുംവരെ,
തൊലിപ്പുറം മുതിരുംവരെ,

ലോകത്തിന്റെ അഴുക്കുകളെ അറിഞ്ഞ്,
അവ ജീവിതത്തിന്റെ അഴുക്കുകളിൽ കുഴച്ച്
ബാഹ്യദേഹത്തു കൂടി അണിയാൻ ത്രാണി പൂകുംവരെ
കറുത്ത മനുഷ്യാ,
നീ നിറമില്ലാത്ത കണ്ണുകളെ
ആഴത്തിൽ പഠിക്കുന്നത് തുടരുക.
നടുറോഡിൽവെച്ച് ഇടയ്ക്കിടെ മുലകൊടുക്കുക,
മതിയാവോളം.
(മതിയാവോളം എന്നത് കുഞ്ഞിനുകൂടി ബാധകം
എന്ന് പ്രത്യേകം ഓർക്കുക!)

7

ആത്മമാരീചം

കാടിപ്പാത്രത്തിലേക്ക് തലയടുപ്പിക്കുമ്പോളൊക്കെയും
തലവലിപ്പത്തിലുള്ള എന്തോ ഒന്നിനെ അവ്യക്തമായി കാണും.
കയർക്കുരുക്കിൽ കിടക്കുന്നു,
അടിത്തട്ടിലെവിടെയോ...
ഞാൻ കാടിമോന്തുമ്പോൾ അതെന്റെ ചുണ്ടുരുമ്മുന്നോ?
മുഴുത്ത ഒരു കഷണമെന്ന് ഞാൻ കിളരുമ്പോളും
അത് വായിൽ തടയുന്നില്ലല്ലോ എന്ന് ഞാൻ പുളയും.
കുടിച്ചുവറ്റിക്കുന്ന കാടിവെള്ളത്തിൽ അലിഞ്ഞ്
അതെന്റെ വയറ്റിൽ എത്തുന്നുണ്ടാകുമോ?
അപ്പോൾ ആ കയറ്?
അതുമല്ലെങ്കിൽ പാത്രത്തിനടിയിലേക്ക്
അത് ഊർന്നുപോയിട്ടുണ്ടാകുമോ?
അപ്പോൾപ്പിന്നെ അത് ഊർന്നുപോയ
പാത്രത്തിലെ ഓട്ട?
എന്തായാലും, ഇതുവരെ
അതിനെ മാത്രമായി ഞാൻ രുചിച്ചിട്ടില്ല...

8

ഒരു വിപ്ലവവികാരം എന്ന നിലയിൽ അസൂയ

നീ ലജ്ജിക്കുന്നു,
നിന്നെയും
നീ പേറുന്ന പൂർവ്വനിർമ്മിത ശാഠ്യനിർണ്ണയങ്ങളെയും ഓർത്ത്.
അങ്ങനെയാണ് ലജ്ജ ഒരു വിപ്ലവ വികാരമാകുന്നത്.

ഞാൻ അസൂയാലുവാകുന്നു,
നിന്റെ ലജ്ജിക്കാനുള്ള ആർജ്ജവം കണ്ട്.
അങ്ങനെയാണ് അസൂയ ഒരു വിപ്ലവ വികാരമാകുന്നത്.

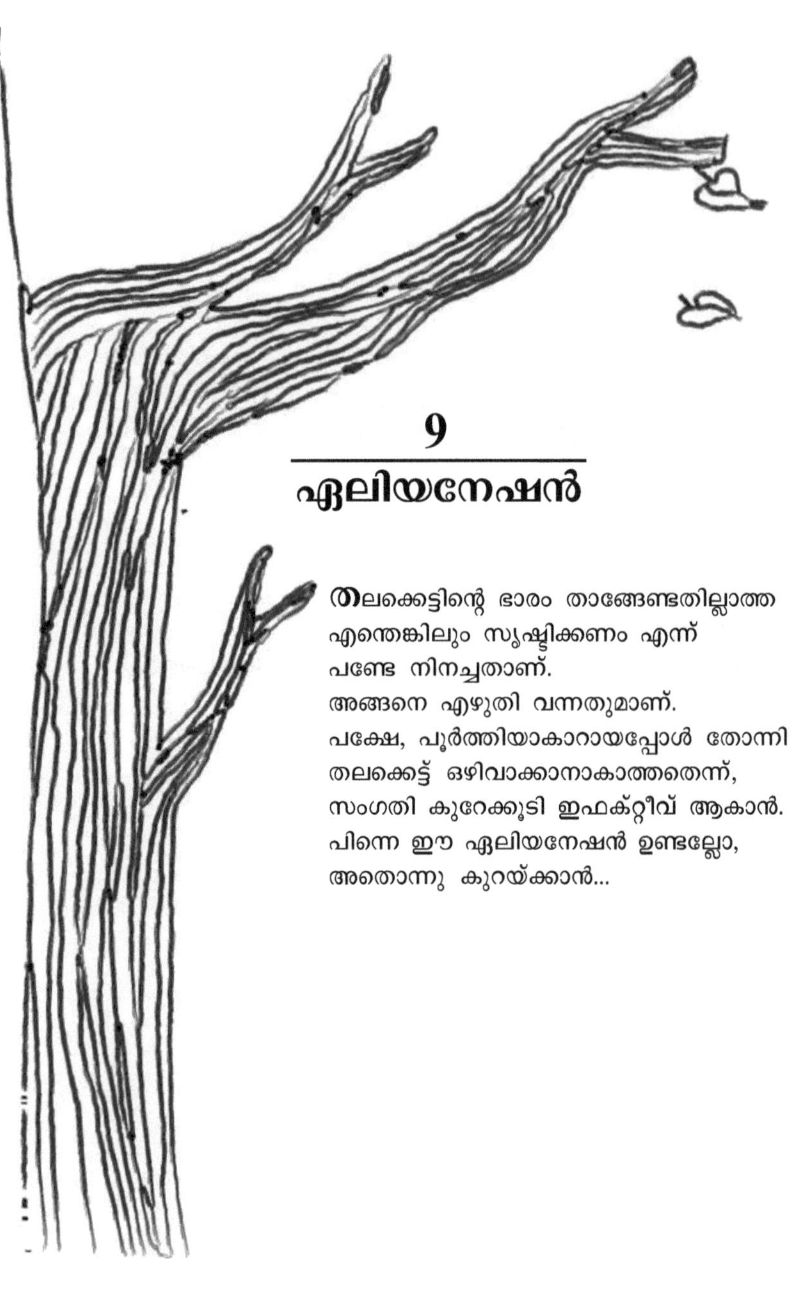

9

ഏലിയനേഷൻ

തലക്കെട്ടിന്റെ ഭാരം താങ്ങേണ്ടതില്ലാത്ത
എന്തെങ്കിലും സൃഷ്ടിക്കണം എന്ന്
പണ്ടേ നിനച്ചതാണ്.
അങ്ങനെ എഴുതി വന്നതുമാണ്.
പക്ഷേ, പൂർത്തിയാകാറായപ്പോൾ തോന്നി
തലക്കെട്ട് ഒഴിവാക്കാനാകാത്തതെന്ന്,
സംഗതി കുറേക്കൂടി ഇഫക്റ്റീവ് ആകാൻ.
പിന്നെ ഈ ഏലിയനേഷൻ ഉണ്ടല്ലോ,
അതൊന്നു കുറയ്ക്കാൻ...

10

പോയിന്റ് ബ്ലാങ്ക്

കനൽ പേറുന്നതാണ് അത്.
ലോഹ നിർമ്മിതവുമാണ്.
അതിനാൽത്തന്നെ ലെഡ്പെല്ലറ്റുകൾ
അതിനെത്തുളയ്ക്കുമ്പോൾ
തീപ്പൊരി പാറേണ്ടതാണ്.

എന്നാൽ
ചുറ്റും മരണത്തിന്
മുൻപേ ആ മരവിപ്പെത്തിയിരുന്നു.
ഇരുൾ പരന്നിരുന്നു.
അതിനാലാണല്ലോ
മരവിച്ച കൈകളിലിരുന്ന്
ആ കുഴലിന് ആരുമറിയാതെ
ഇത്രയും ചരിക്കാനായത്
ഏതു തോക്കും മോഹിക്കുന്ന
ഏറ്റവും അനുകൂലമായ റെയ്ഞ്ച് വരെ!

തോക്കുകൾ മുന്നിലേക്ക് മറ്റു പോയിന്റ് ബ്ലാങ്കുകൾ
തേടിത്തുടങ്ങുമ്പോഴേക്കും
'രക്ഷപ്പെട്ടു' എന്ന് അണഞ്ഞു പോകുന്ന
ടാർഗറ്റുകളുടെ കനൽക്കണ്ണുകളിൽ മാത്രമാകുന്നു
ഇന്ന് കാഴ്ചകളാകെയും.

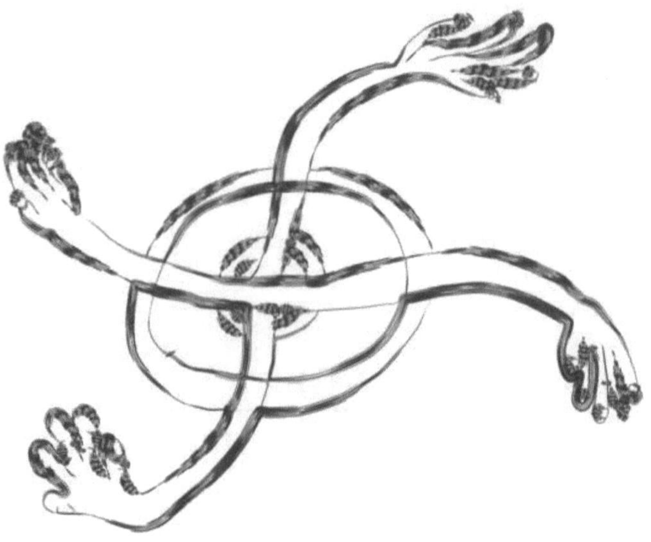

തങ്ങളുടെ
പിന്നിലെ പോയിന്റ് ബ്ലാങ്കുകളിലേക്കുപോലും
തുറക്കാത്ത കണ്ണുകൾ,
അങ്ങനെ, വെളിവും ചൂടും
മുൻപിലെ മാത്രം കഥകളാക്കുന്ന കണ്ണുകൾ.

ഈ തണുപ്പിൽ, ഈ ഇരുളിൽ,
പോയിന്റ് ബ്ലാങ്കിൽ* ഉതിർക്കുന്നവയ്ക്കേ ചൂടുണ്ടാകൂ.
മറ്റെല്ലാ റെയ്ഞ്ചുകളിലും വെച്ച്
വാക്കുതിർക്കുന്ന വാക്കുഴലുകളിലേക്ക്
സുലഭമായ മഞ്ഞ് തിരുകുകയാണ് ശൈത്യം.
മറ്റെല്ലാ റെയ്ഞ്ചുകളിൽനിന്നും കാഴ്ച അസാദ്ധ്യമാകും വിധം
ഇരുൾ പടർത്തിയിരിക്കുകയാണ്
സുദീർഘമായ ഈ ധ്രുവരാത്രി...

---

* നേരിട്ടുള്ള മറുപടി കാക്കാത്ത, മറുപടി ഇല്ലെന്ന് ഉറപ്പു വരുത്തുന്ന ആക്രമണങ്ങൾ..

11

ഫെയ്സ് ബുക്ഡ്

പുതിയൊരു പർദ്ദ.
നല്ലൊരു പർദ്ദ.
മുഖമുള്ളൊരു പർദ്ദ.
മുഖം മറ്റുള്ളോർ കാണാണ്ടിരിക്കാൻ,
പുറകേ കൂടാണ്ടിരിക്കാൻ,
മുഖം മറയ്ക്കുന്ന മുഖപ്പർദ്ദ.
ആങ്ങള സജസ്റ്റ് ചെയ്ത പർദ്ദ.
പുതിയൊരു പർദ്ദ.
നല്ലൊരു പർദ്ദ.
സിനിമാനടിയുടെ മുഖമുള്ള പർദ്ദ.

12

രക്തത്തെ നിർമ്മിക്കുന്നത്

രണ്ടു പശുക്കൾ കൊമ്പുകോർക്കുന്നു.
ഒന്ന് ജീനിലേത്,
മറ്റൊന്ന് രക്തത്തിലേത്.
രക്തം ചിന്തിച്ച് രണ്ടാമത്തേത് മറിയുന്നു,
ചത്തു മലയ്ക്കുന്നു.
കണ്ണുരുട്ടി തങ്ങൾക്കുനേരെ
കോണിപ്പടികളിറങ്ങുന്ന* തങ്ങളെത്തന്നെ കണ്ട്
തണുത്ത രക്തത്തിലെ
പഴുതാര, പുൽക്കൊടി, മൂർഖൻപാമ്പ്
മൈദമാവ് പിടക്കോഴി...
കുടുകിടുങ്ങനെ പിറുപിറുക്കുന്നു.

---

* DNA ഘടന.

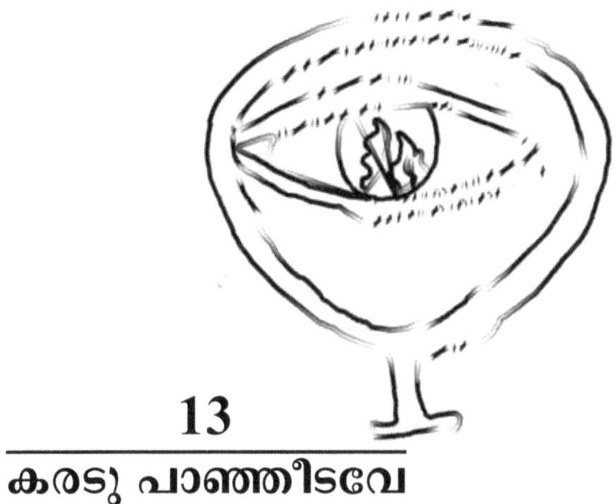

13

കരടു പാഞ്ഞീടവേ

നിന്നിടംകണ്ണിലൊരു കരടുപാഞ്ഞീടവേ,
നിന്റെ കൺപീലിയഴികളെ നീ അഴിച്ചെടുക്കുന്നു.
നിന്റെ കൺപോളകളെ നീ അടർത്തിമാറ്റുന്നു.
നിൻ മയക്കങ്ങളെ കയക്കിനോവിക്കുന്നു.
കണ്ണിൻ കിനാക്കളെ നനച്ചലിയിക്കുന്നു.
നിന്റെ കണ്ണിൽ കണ്ണീർഗ്രന്ഥി മാത്രമാകുന്നു.
കരടകറ്റീടുവാൻ നീരു തേകുന്നു.
നിന്റെ കണ്ണിലീ, കരടുമാത്രമാകുന്നു.
കണ്ണിലലിഞ്ഞീടുവാൻ നീരു തേടുന്നു.

14

നോവുക, നോവുക, നോവായി മാറുക

ഒരു കാറ്റാകുക നീ, ഇളംകാറ്റ്,
എന്റെ നോവാറ്റുകെന്നെപ്പുണർന്ന്.
എൻ നിണമുറയുമ്പോൾ, മുറിവടയുമ്പോൾ
ഒന്നായലിക നാം വ്രണസഞ്ചയങ്ങളിൽ.

ഒരു കാറ്റാകുക നീ, കൊടുംകാറ്റ്,
എന്റെ സുഷുപ്തിയിലാളുകെന്നെ വരിഞ്ഞ്.
എൻ ചടവുതീരുമ്പോൾ, തെളിവുറയുമ്പോൾ
ഒന്നായ്ച്ചുഴൽക നാം പകലുറക്കങ്ങളിൽ.

ശാന്തമായീടുക, വായുവായ് മാറുക,
ഉള്ളിൽ നിറയുക നാമറിയാതെ നാം.
നിർവൃതിയിലെരിയുമ്പോൾ, ബോധമകലുമ്പോൾ നാം
നോവുക, നോവുക, നോവായി മാറുക...

15

തീ വിഴുങ്ങുന്നവൻ

തീവിഴുങ്ങിപ്പക്ഷി എന്നാണു പേര്.
(തീ വിഴുങ്ങുന്ന വീരൻ എന്നാണ് പൊതുബോധം)
സത്യത്തിൽ 'തീ തിന്ന് തിന്ന്' ജീവിക്കയാണ്.
തങ്ങൾ വിഴുങ്ങുന്ന തീയുടെ ചൂട് കുറയ്ക്കാൻ
മിഴിനീരു തേവുന്ന വിദ്യ ചിലർക്ക് വശമുണ്ട്.

നമ്മുടെ* പേര് ഇങ്ങനെ ആയിപ്പോയില്ലേ,
പേരു വഴി കിട്ടുന്ന വില കളയരുതല്ലോ,
(അതിൽ അനല്പമായി അഹങ്കരിക്കുന്നുമുണ്ട്.)
അതിനാൽ തീച്ചൂടും.
തെല്ലൊരു ആശ്വാസം തരുന്ന കണ്ണീർമഴയും
എനിക്ക് കല്പനകൾ, രൂപകങ്ങൾ.

ചില രാമഴകളുടെ വേളകളിൽ,
ഇരുളിൽ, ഏകാന്തതകളിൽ
ആരുമറിയാതെ
ഞാനും ആ കല്പനകളെ, രൂപകങ്ങളെ

---

* എന്റെ

പ്രയോഗത്തിലാക്കുന്നു,
വെള്ളം തേവി തീ കെടുത്തുന്നു.
ആന്തര ഭാവങ്ങളുടെ മഴത്തുടർച്ചകളെന്ന്
വെളിയിലെ ജലരോദനങ്ങളെ
ഭാവനയിൽ അടയാളപ്പെടുത്തുന്നു.
ഒപ്പം എന്റെ പേരിടീലിനു പിന്നിലെ
ആ സർഗ്ഗാത്മകതയെ വെറുക്കുന്നു.
നിശ്ശബ്ദം തൊള്ളയിടുന്നു,
“ഞാൻ കണ്ണീരുകുടിയൻ പക്ഷി” എന്ന്.

16

അതിരുകൾക്കു മുൻപും ശേഷവും

അതിരുകളും നിയമങ്ങളും അതിലംഘിച്ച്
അതികായരായവർ, കാല്പനികർ.
ആരാണ് ആ നിരയിലെ
ആദ്യ അതികായൻ?
അതിലംഘിക്കപ്പെടാതിരിക്കുവാൻ,
(അതിലംഘിക്കപ്പെടുവാൻ തന്നെ, ഉറപ്പായും)
ആദ്യമായി അതിരുകളും നിയമങ്ങളും ഉറപ്പിച്ചവൻ,
'ആദികാല്പനികൻ', 'നിയന്താവാം കാല്പനികൻ'.

ആദ്യമായി ആ അതിരുകളും നിയമങ്ങളും
അതിലംഘിച്ചവനോ?
അവനും ആദികാല്പനികൻ.
അതിരുകൾ മുറിക്കേണ്ടത് നിയമമാക്കിയോൻ,
അവനും 'നിയന്താവാം കാല്പനികൻ'.

17

ചലം

ഒന്നാം തിരുമുറിവ്, ഇത്
ഒരിക്കലും ഉണങ്ങാമുറിവ്.
പത്താം കവനദേവത
ഉറങ്ങാതുണരുന്ന വറ്റാക്കിണറ്.

18

അതുമിതും

എന്നെ ആഴങ്ങളിലിട്ട് ഉറക്കിയിരുന്ന
ആ അതിനെ
അടിച്ചിറക്കിക്കൊണ്ട് എന്നിലേക്ക് വന്നതാണ്
ഈ ഇത്.

ഇന്നിപ്പോൾ ഈ ഇത്
പുറം തിരിഞ്ഞ്,
പുറത്തേക്ക് കാൽവെക്കുമ്പോൾ
എന്നിൽ നിന്ന് അതും ഇതും
പോകുമെന്നായിരിക്കുന്നു.

ഞാൻ വെറുതേ അതുമിതുമൊക്കെ
പറയുമെന്നായിരിക്കുന്നു...

19

പൂക്കളും നെന്മണികളും ട്രെഞ്ചുകൾ കടന്നത് എങ്ങനെ എന്ന്

ട്രെഞ്ചുകളിൽ പൂക്കളെയാകെ
കുഴിച്ചുമൂടിയിരിക്കയായിരുന്നെന്ന് കരുതിയോ?
അല്ലല്ല, അവിടെ ചുവന്ന പൂക്കൾ
നീലപ്പൂക്കളുടെ കണ്ണുകളിലേക്ക്
ദീർഘമായി നിശ്വസിക്കയായിരുന്നു.
അവയെ ആർദ്രവിഷാദത്തിൽ നിന്ന്
ഭാവഗീതത്തിന്റെ സാന്ദ്രതയിലേക്ക്
വിടർത്തുകയായിരുന്നു.
നീലപ്പൂക്കൾ അവ കേട്ട്
ട്രെഞ്ചുകളിലെ വരണ്ട മണ്ണിൽ കാലൂന്നി
നദികളുടെ വേരുകളിലേക്കും
മലകളുടെ ശാഖകളിലേക്കും
മനുഷ്യന്റെ മാംശുവള്ളികളിലേക്കും
രുധിരഗീതം വീണ പുംബീജം കലർത്തുകയായിരുന്നു.
അങ്ങനെയൊക്കെയായിരുന്നു
പ്രണയത്തെ വിത്തറ്റു പോകാതെ
പൂക്കൾ വലിയ കെടുതിയിലും കാത്തത്...

ട്രെഞ്ചുകളിൽ പുഴുങ്ങിയ നെന്മണികൾ
വയറുപിളർന്നു കിടക്കയായിരുന്നെന്നു കരുതിയോ?
അല്ലല്ല, അവിടെ അവർ
മൺപൊടിപ്പുതപ്പ് വാരിപ്പുതച്ച്
നെൽച്ചെടികളെ തങ്ങളുടെ

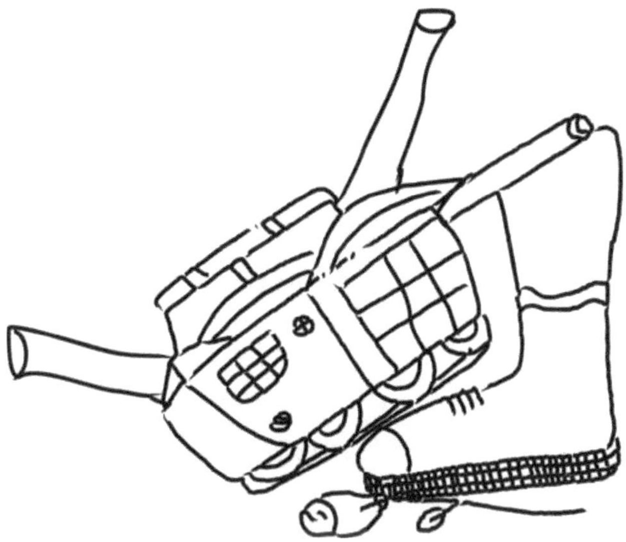

ഉത്കണ്ഠകളിൽ നിഗൂഹനം ചെയ്കയായിരുന്നു.
പിന്നീട് കൊഴു പണിത ആലയിലെ വിയർപ്പിറ്റ്
സ്വപ്നങ്ങൾ നാമ്പിടുകയായിരുന്നു.
അങ്ങനെയൊക്കെയായിരുന്നു
മനുഷ്യസ്വാതന്ത്ര്യം മണ്ണടിയുമെന്ന് കരുതിയ കാലത്തും
നെന്മണികൾ ആത്മബോധം ഉള്ളിൽ പേറി
അതിനെ കാത്തത്...

20

ഭൗമദോഷം

ചൊവ്വയിൽ താമസമാക്കിയവർ എഴുതുന്ന പുതിയ സത്യകഥ: 'ഭൗമദോഷം'.
"പ്രളയം കൊണ്ടും കൊടും ചൂടുകൊണ്ടും മനുഷ്യനെ തുരത്തിയ 'ക്ഷുദ്ര'ഗ്രഹത്തിന്റെ അപഹാരമുണ്ടാകാം നിങ്ങൾക്ക്..."

21

ഹോം മിനിസ്ട്രി

ഒരൊറ്റ അടിസ്ഥാന തത്ത്വം മാത്രം ഉള്ള,
കോമൺ മിനിമം പ്രോഗ്രാമിൽ മുന്നോട്ടു പോകുന്ന
ദ്വികക്ഷി മന്ത്രിസഭയുള്ള തൂക്കു പാർലമെന്റാണ് ഇത്.
ഏക വകുപ്പ് ശിശുക്ഷേമം.
അത് ആകെയുള്ള രണ്ടു മന്ത്രിമാർ ചേർന്ന്
പങ്കിട്ടെടുത്തിരിക്കുകയാണ്.

22

അച്ഛന്റെ ചിരി പറഞ്ഞത്

വയൽ വരമ്പിലൂടെ തലച്ചുമടുമായി
മുന്നേ നടന്ന അച്ഛൻ പറഞ്ഞത്:
'കണ്ണുതുറന്നു ചുറ്റുമുള്ളത് കാണണം
കണ്ണടച്ചിരിക്കുമ്പോൾ കുറച്ചുകൂടി...'
തലങ്ങനെ, വിലങ്ങനെ വരനിറഞ്ഞ
ഇലക്കടലാസുകൾക്കും
അക്ഷരങ്ങൾക്ക് വഴിതെറ്റാതിരിക്കാനുള്ള
രേഖകൾ നിറഞ്ഞ ധവളപത്രങ്ങൾക്കും മുന്നിൽ
ധ്യാന നിരതരായവർ,
അക്ഷരക്കണ്ണിലെ വെളിച്ചമേറ്റ്
അകക്കണ്ണുകൂടി തുറന്നവർ.
ചത്തുപോയേക്കാമെന്നു വിതുമ്പിയ
കാലങ്ങളുടെ നെറ്റിക്കടലാസിൽ
മണമുള്ള മഷിൻ മരുന്നുപുരട്ടിയവരത്രേ,
അവയെ ഉയിർത്തവരത്രേ.

'ഇനി എന്തെങ്കിലും എഴുതാനുണ്ടോ?
ഇന്നത്തെ കാലത്തിനു നോവുന്നില്ലല്ലോ,
നിലവിളി കേൾക്കുന്നില്ലല്ലോ':
അപ്പൂപ്പൻ ജനിച്ച തീയതിയാണ്
ആദ്യ കലണ്ടറിലെ ആദ്യകളത്തിലെന്നുള്ള,
ആനാച്ചിറയ്ക്കും ആയിരവല്ലിക്കുന്നിനും ഇടയ്ക്കാണ്
അവയിലെ താളുകളെല്ലാം പുറകോട്ടു മറിഞ്ഞതെന്നുള്ള
വിജ്ഞാനീയം ചിരിച്ചുചൊല്ലിയത്.

അച്ഛന്റെ ചിരി പറഞ്ഞത്:
വളരാൻ പറഞ്ഞു
എല്ലാരും വളരില്ലെന്നും.
വളരുകയെന്നാൽ
നോവാണെന്നു പറഞ്ഞു.
എല്ലാരും നോവറിയില്ലെന്നും.
വളരുകയെന്നാൽ
കാലങ്ങളിലൂടെ നെടുകെയും
ദേശങ്ങളിലൂടെ കുറുകെയും
വളരുകയാണെന്ന് പറഞ്ഞു.
കാലങ്ങളും ദേശങ്ങളും കൂടി ഒപ്പം വളരുമെന്നും.
നോവറിയലാണ് വളർച്ചയെന്നും...

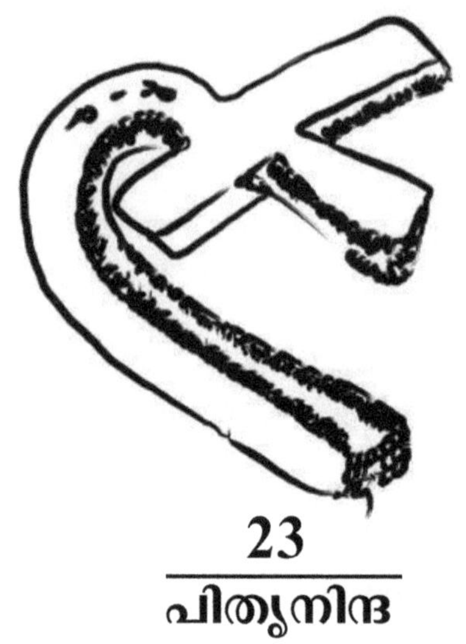

23

പിതൃനിന്ദ

പിതാവായ നിന്നെ തിരുത്താൻ ശ്രമിച്ചതിന്
പഠിതാവായ എനിക്ക്
ദൈവനിന്ദയുടെ പേരിൽ
നാടുകടത്തൽ ശിക്ഷ.
(തുടർപഠനം സന്തോഷംതന്നെ.)

പിതാവായ എന്നെ നിന്ദിച്ച്
നാടുകടത്തുന്നതിന്
പഠിതാവല്ലാത്തതിനാൽ നിനക്ക്
ഇനിയുള്ള കാലവും ഇരുട്ടറവാസം.
(നിനക്കും സന്തോഷം തന്നെ!)

24

നീലരാവിൽ

ഒരു നീലവെളിച്ചം കൂടി
ഇതാ ഈ രാവിൽ അരിച്ചിറങ്ങുകയാണ്.
ഇന്ധനം നിലച്ച് എപ്പോഴോ,
എന്റെ ചിന്തകൾ കരിന്തിരി കെട്ടിരുന്നു.

എണ്ണ തീർന്ന് അണഞ്ഞുപോയ
ഹരിക്കെയിൻ വിളക്കിന്റെ അരികിൽ നിന്ന്
മണ്ണെണ്ണ കടം വാങ്ങാൻ
കുപ്പിയും ടോർച്ചും കൈയിലെടുത്ത്
ഇരുട്ടിന്റെ ഇതുവരെ കാണാത്ത വഴിയിലൂടെ
ഞാൻ നടന്നകന്നു.

തിരികെ വരാൻ ഭാവിക്കുമ്പോൾ
അന്നത്തെപ്പോലെ മഴപെയ്തു.
അസ്വസ്ഥനായി,
ചീട്ടുകളിയിൽ മുഴുകാനാകാതെ ഞാൻ...
അരികിൽ മണ്ണെണ്ണ നാറ്റവും...
ഒരു കഥയെങ്കിലും ഇന്ന് തീർക്കണം.

മണ്ണെണ്ണ ഒഴിച്ചു കത്തിച്ച വിളക്കിലെ
മഞ്ഞവെളിച്ചവും മനസ്സിൽ കണ്ട് കണ്ട്...
സ്ഥായിയല്ലാത്തതെങ്കിലും ടോർച്ചുവെട്ടത്തിന്റെ
ചൂടില്ലാ വെട്ടവും പേറി...

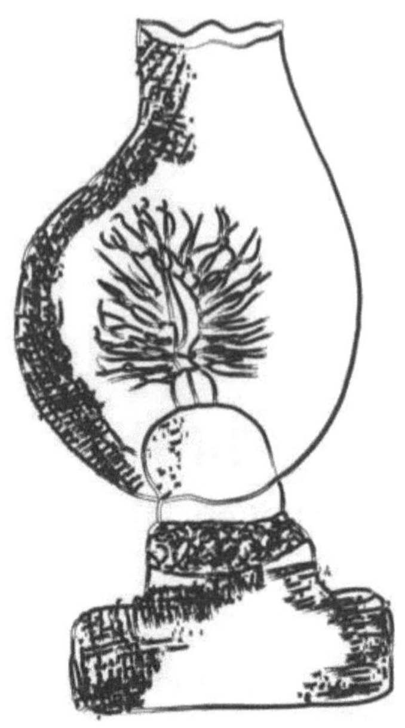

ഇടയ്ക്കു വഴിതെറ്റിപ്പോയതും
വഴിവിളക്കെല്ലാം അണഞ്ഞതും
ഇരുളിൽ അലഞ്ഞതും
കാൽ തെന്നി വീണതും
ഇതേ രാത്രിയിൽ.

ഞാൻ തേടിവരാതെ ഇവിടെ,
ഈ ഇടിഞ്ഞുപൊളിഞ്ഞിടത്ത്
കാടുകയറിയ കിണറ്റിൻ തൊടിയിലൂടെ
ഞാനിട്ട കല്ലിന്റെ അനുനാദത്തിനൊപ്പം
എന്നെത്തേടി വന്ന നീലവെളിച്ചമേ,
ഹരിക്കെയിൻ വിളക്കിൽ നിന്ന്
ഈ രാവിലാകെ നീ നല്ല 'ഷൈട്ടലിൽ' നിറയുക,
വരും പകലുകളെയും, എന്നെത്തന്നെയും
നിന്റെ നീലിമയിൽ മുക്കുക.

25

ഈശ്വരബുദ്ധൻ

ഞാൻ ബുദ്ധനാകുന്നു,
നിരീശ്വരബുദ്ധൻ.
നിനക്കൊന്ന്
രാഗത്തിന്റെ,
ദ്വേഷത്തിന്റെ,
മോഹത്തിന്റെ
ഉറയുരിഞ്ഞവൻ
നിന്നിൽ
നിർവ്വാണം പൂകുവാൻ

ഞാൻ ബുദ്ധനാകുന്നു,
നാസ്തികബുദ്ധൻ.
എനിക്കു ശേഷം,
നിനക്കു ശേഷം,
നമുക്കൊഴികെ
ഏവർക്കും
ദൈവമാകുവോൻ...

26

ഫ്ളാഷ് മോബ്

നിർവ്വികാരം ഒരു ജനത
നഗരവീഥിയിൽ കരകവിയുന്നു.
പെട്ടെന്ന് തളം കെട്ടുന്നു.
കൈകാലുകൾ കാറ്റിൽ ചലിപ്പിച്ച്
ഗാനഗന്ധം പൊഴിക്കുന്ന
നൃത്തപുഷ്പങ്ങളായ് വിടരുന്നു.
ഒഴുകുന്നു വീണ്ടും...

ഇരുട്ടുമുറിയിൽ അകപ്പെടുന്നു.
സംഘർഷത്തിന്റെ അനുരണനം കലർന്ന സംഗീതം
ഉള്ളിലോ പുറമേയോ?
ചുവരിലെ സ്ക്രീനിൽനിന്ന് കൂർത്ത നഖങ്ങൾ
എന്റെ നെഞ്ചിലേക്ക്...
ക്ലൈമാക്സിൽ മുറി പ്രകാശപൂരിതമാകുമോ?

ഇരുളിൽ വഴിതെറ്റി നടക്കുമ്പോൾ
വട്ടം കറക്കുന്ന, ഉച്ചത്തിൽ അലറുന്ന

ചുഴിയിൽ വീണുപോകുന്നു.
കണ്ണിൽ ഇരുട്ടുകയറുമ്പോഴും
ചെവിയിൽ മുഴങ്ങുന്നു 'ഗസ് ഹൂ'.
തിരയിൽ മുങ്ങുന്നു, പൊങ്ങുന്നു

അചേതന ഗന്ധങ്ങൾ നിറഞ്ഞ,
അരികിലായി നിസ്സംഗതയുടെ നീർച്ചാലൊഴുകുന്ന
ആളൊഴിഞ്ഞതെങ്കിലും കൈയേറപ്പെട്ടു പോയ
ആ വലിയ കടൽക്കരയിൽ
ഞാനും എന്റെ പേനയും
കുറേനേരം വഴിതെറ്റി,
പരസ്പരം തേടിനടന്നു.

കണ്ടുമുട്ടുമ്പോൾ
ഞാൻ കേട്ടതെന്നു പറഞ്ഞ കരച്ചിലിനെ
പേന, കവിത എന്നു മൊഴിമാറ്റുന്നു.
കലാപത്തെ
ചുമർച്ചിത്രമെന്നും
ഭൂകമ്പത്തെ
മൾട്ടിമീഡിയ ഇൻസ്റ്റലേഷനെന്നും...

27

ഭൗതികം

അതിനാൽ നമുക്ക്
നമ്മെ
ഇനി മുതൽ
ഭൗതികമാറ്റം സംഭവിക്കുന്ന
പാൽ എന്ന് വിളിക്കാം.
പാൽ രുചികളിൽ നിന്നും
പുളിപ്പിലേക്കും,
തിരിച്ച് രുചികളിലേക്കും
മാറിക്കൊണ്ടിരിക്കുന്ന പാൽ.
ലോലഭാവങ്ങളിൽ നിന്ന്
സാന്ദ്രതയിലേക്കും
തിരിച്ച് ലോലഭാവങ്ങളിലേക്കും
മാറിക്കൊണ്ടിരിക്കുന്ന പാൽ.

രാസമാറ്റം സംഭവിക്കുന്ന
സാധാരണ പാൽ
എന്നല്ല,
ഭൗതികമാറ്റം സംഭവിക്കുന്ന
പാൽ
എന്ന്...

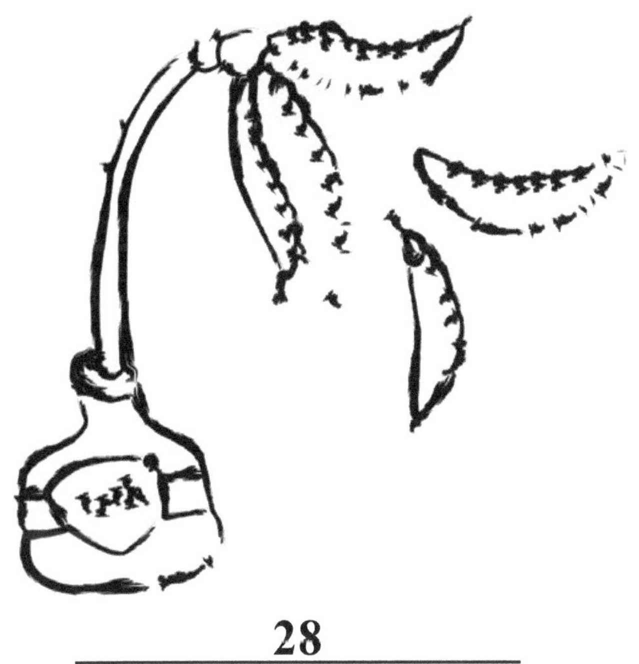

28

ഒന്നായ എന്നെ ഇഹ.....

വേദനിപ്പിക്കാതെ,
പേടി അറിയിക്കാതെ,
ആത്മബോധം വളർത്തി
എന്റെ കാര്യം കഴിച്ചുതന്നേക്കാം
എന്ന് പറഞ്ഞോണ്ടാണ്
കൂടെ പോന്നത്.

എന്തായാലും,
ഇവിടെ വന്നോണ്ട് മാത്രം
ആത്മബോധം ഇരട്ടിച്ചു.

വേദനിച്ചു മാത്രം ചാകാൻ,
പേടിച്ചു മാത്രം ജീവൻ ത്യജിക്കാൻ,
മൂർച്ച കഴുത്തിൽ തടയുന്നോ എന്ന് പകച്ച്
ഇരയായി.

വേദനിപ്പിച്ചു മാത്രം കൊല്ലാൻ,
പേടിപ്പിച്ചു മാത്രം ജീവനെടുക്കാൻ
മൂർച്ചയെ വിരലിനാൽ രാകിത്തടഞ്ഞ്
ഇരപിടിയനായി

ഒന്നായ എന്നെ ഇഹ...

29

വെറുതേ കുറിച്ചത്

വെറുതേ കുറിച്ച കവിത.
വികാരങ്ങളാൽ ഉത്തേജിതമാകാതെ എഴുതിയത്.
ഒന്നും ദ്യോതിപ്പിക്കാത്തത്.
വഴിവക്കിൽ ചിതറിക്കിടക്കുന്നു.
കീറുകടലാസുകളിൽ
വെട്ടിമുറിക്കപ്പെട്ട വാക്കിൻ കഷണങ്ങൾ...

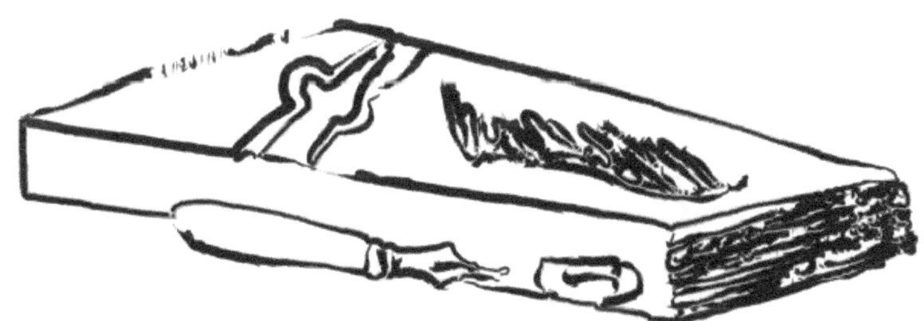

30

കൊതുകു ബാഡ്മിന്റൻ

ഡെയ്ലി ചാർജു ചെയ്യണം,
ഇത് കൊതുകു ബാഡ്മിന്റൻ.
എന്നിട്ട് ചുറ്റും വീശണം.
ഉള്ളിലൊരു വലയുണ്ട്.
കൊല്ലേണ്ടുന്ന കൊതുകിനെ
അതിനുള്ളിലാക്കണം.
ഉള്ളിലെ വിദ്യുത്പ്രവാഹത്താൽ
കൊതുകു പിന്നൊരു കനൽപ്പൊരി.
(ഉപയോഗപ്രദം, ആനന്ദദായകം
ഈ കൊതുകു ബാഡ്മിന്റൻ).
ഡെയ്ലി ചാർജ് ചെയ്താൽ മതി.

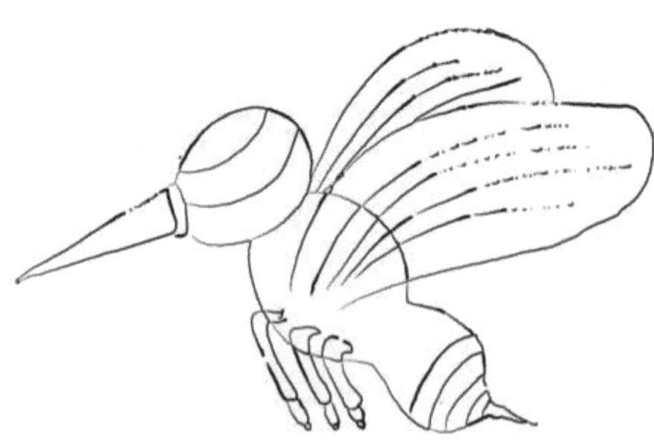

ഈച്ച, കരിവണ്ട്, കടന്നൽ,
ചെറുപാറ്റ, മൂട്ട, കടിയനുറുമ്പ്
ഇവയും കൊല്ലാം.
ഡെയ്‌ലി ചാർജ് ചെയ്താൽ മതി.

ഉടൻ പുറത്തിറങ്ങുന്നു.
ഈച്ച ബാഡ്മിന്റൻ,
വണ്ട് ബാഡ്മിന്റൻ,
ഉറുമ്പു ബാഡ്മിന്റൻ...
എക്സ്ക്ലൂസീവ്‌ലി ഫോർ...
ഡെയ്‌ലി ചാർജ് ചെയ്യണം എന്നു മാത്രം...

31

അഗ്രഹാരത്തിലെ അബുജി

അബുജി:
‘എടാ ബുജീ,
നെനക്ക് പോപ്പുലർ ഹിന്ദി മൂവീസിനോടൊക്കെ
ഭയങ്കര ചൊരുക്കാരുന്നല്ലോ,
ഇപ്പൊ എന്തു പറ്റി?
ജോൺ എബ്രഹാമിനേം പൊക്കിക്കൊണ്ട്
എറങ്ങീരിക്കുന്നു.
എടാ,
വെറുതേ അതുമിതും
വായിച്ചോണ്ട് നടന്നിട്ടൊന്നും ഒരു കാര്യോമില്ല.
നമ്മള കണ്ടു പടി,
പടിപ്പിനു പടിപ്പ്,
എൻജോയ്മെന്റിന് അത്.
എന്തായാലും നെനക്ക്
ഇപ്പോഴെങ്കിലും
കാര്യങ്ങളൊക്കെ മനസ്സിലായി തൊടങ്ങിയല്ലോ,

മനുഷ്യന് മനസ്സിലാവുന്നത് പറഞ്ഞ് തൊടങ്ങിയല്ലോ ഭാഗ്യം.'

ബുജി:
'അളിയാ, ജോൺ എബ്രഹാം
റിയാലിറ്റി പോലെയാ.
സംഭവം മൾട്ടിപ്പിൾ ആണ്, മൾട്ടിപ്പിൾ...'

32

ഭാവിയിലേക്ക് ഇതാ ഇന്നൊരു ഭൂതം

ഇതാ ചരിത്രത്തിൽ
ചിറകില്ലാതെ ഒരു കാക്ക പറക്കുന്നത്
ചിറകില്ലാതെ പറക്കുന്ന ഞാൻ
ഇന്ന് കാണുന്നു.

ഇതാ ചരിത്രത്തിൽ
ചിറകില്ലാതെ ഒരു തലയില്ലാ കാക്ക പറക്കുന്നത്
നാളെ ചിറകറ്റ്, തലയറ്റ് വീഴാൻ പോകുന്ന ഞാൻ
ഇന്ന് കാണുന്നു...

33

കറികൾ മനുഷ്യകഥാനുഗായികൾ

ഉള്ളിൽ കുറുകുന്ന പച്ചക്കവിതയെ
അധികസമയം അങ്ങനെതന്നെ വെച്ചേക്കരുത്.
കഴുകി, കണ്ടിച്ച്, കുറച്ച് ഉപ്പ് തൂകി
അടുപ്പത്താക്കുക.
ചീഞ്ഞാൽ നന്നല്ല,
ഒന്നിനും കൊള്ളില്ല.
പെട്ടെന്നുതന്നെ കറിയാക്കുക.

മണം വിതറി അത് നാലാളെ രസിപ്പിക്കട്ടെ,
നാവിനു വിരുന്നാകട്ടെ കുറച്ചു പേർക്ക്.
നടവഴിപ്പെരുക്കത്തിൽ അത്
വാമൊഴിക്കവിതയായ് പെരുമണം പൊഴിക്കട്ടെ.
ഒരു നാട് പെറ്റുപോറ്റിയ കുത്തിക്കുറിപ്പുകൾ
അങ്ങനെയങ്ങനെയൊക്കെയാണ് മഹാഗാനങ്ങളായത്.

അടുപ്പത്തുനിന്ന് ഉയർന്ന്,
പല നാടിന്റെ നാസികകളിൽ പടർന്ന്,
രസനകളിൽ നുരഞ്ഞ്, ശ്രോതസ്സുകളിൽ ഉറഞ്ഞ്,
സിരകളിൽ അലിഞ്ഞ്, ദേശഗീതങ്ങളായി വരഞ്ഞു.

നാടൻ കുശിനികളിൽ ജാപ്പനീസ് ഹൈകുവും

ഇറ്റാലിയൻ സോനറ്റും യവനന്റെ ഓഡും
തിളച്ചു മറിയുന്നു.
മക്കാനികളിൽ നിരത്തിയ കോപ്പകളിൽ
ആവി കുമിഞ്ഞ് ഗസലും കെസ്സും
മേഘമൽഹാറായ് പെയ്യുന്നു.

കള്ളും കപ്പയും വറ്റിച്ചുവെച്ച കരിമീനും
വരമ്പുവഴിയിലെ ഇരട്ടവരയിൽ

ആടിനടന്ന് വരവിട്ടു കുതറിയ വരികൾ കുറിച്ചു.
ഇന്ന്, അരണ്ട വെട്ടം വീണ രാവുകൾ
നുരത്താളത്തിന്റെ തോളിൽ കൈയിട്ട്
പഴയ പാട്ടുകളുടെ പസ്റ്റീഷ് പാടുന്നു.

നിന്നോടൊപ്പം മണലിൽ നടന്നു കൊറിച്ചത്
മണലിൽ മൊരിഞ്ഞ കവിത.
ഓവനിൽ പോപ് താളത്തിൽ പിറന്നത്
പൈലോൺ കവിത.

നിറഞ്ഞവന്റെ ഏമ്പക്കം,
ദഹനക്കേടിന്റെ ഞരക്കം,
ചേരുവപ്പെരുമ തീർത്ത മയക്കം,
കെട്ടത് തിന്നതിന്റെ വമനം...
കേട്ടവർ കേട്ടവർ പാട്ടിനു കൊടുത്ത പട്ടും ആട്ടും.

ഇങ്ങനെ ഇങ്ങനെ, ഇത് ലോകത്തെ ഏറ്റവും വലിയ
കാവ്യമാകും എന്ന് എനിക്കുറപ്പാണ്.
കാരണം, ശ്വാസം വിടുന്ന ഏവരും
(അത് ഏതുതരം ശ്വാസവുമായിക്കൊള്ളട്ടെ,)
ഓരോ വ്യാസന്മാരാണ്.
അവരിതിൽ പുതിയ വരികൾ ഇടചേർക്കും.

നാളെ ഉണർന്നെണീക്കുമ്പോളും
വിശക്കും എന്നതുകൊണ്ട്,
രുചിയോർമ്മകൾ രസമുകുളങ്ങളിൽ
വീണ്ടും വീണ്ടും പുഷ്പിക്കും എന്നതുകൊണ്ട്,
കവിത വീണ്ടും തുടരും...

പക്ഷേ, അടിയന്തര പ്രശ്നം അതല്ല.
ചില കവിതകളിലെ തുറന്നു പറച്ചിലുകൾ കേട്ട്,
ചിലതിലെ ദഹിക്കാത്ത ഇമേജറി കണ്ട്
ചിലർക്ക് തൊലിപ്പുറം ചുവക്കുന്നു.
മറ്റു ചില പാട്ടുകൾ ഇക്കൂട്ടരുടെ രുചിവിധികളെ,
കാവ്യവ്യവസ്ഥയെ വ്രണിതമാക്കുന്നു പോലും.

വാക്കുകൾ കുറച്ച്, അധികം വെള്ളം ചേർക്കാതെ
കൊഴുപ്പു കൂട്ടി കാച്ചിക്കുറുക്കിയതിനാൽ
തിളയ്ക്കുന്ന കലം തകർത്ത്
അവർ പിടിച്ചു കൊണ്ടുപോയ പാവം ഹൈകു-
രാഷ്ട്രീയ തടവറയിൽ ഗന്ധഗ്രന്ഥികൾ തകർന്ന്,
വാസന കെട്ട് ചോരയൊലിച്ച്...

9 789386 112132

Printed by Libri Plureos GmbH in Hamburg,
Germany